# સ્વામી વિવેકાનંદ ના વિચારો

## મિહિર જાગૃતિ વોરા

Made with ♥ on the Notion Press Platform
www.notionpress.com

આ પુસ્તક હું મારા માતા પિતા, મોટા ભાઈ ભાભી અને નાની પ્રિય ભત્રીજી ને અર્પણ કરું છું.

# સામગ્રી

# પ્રસ્તાવના

મિત્રો આ પુસ્તક માં સ્વામી વિવેકાનંદ ના વિચારો ની વાત કરી છે. સ્વામી વિવેકાનંદના વિચારો દેશ માટે મહત્વપૂર્ણ છે કારણ કે તેમણે દેશ અને સમાજને નવી અને વિકાસશીલ દિશા તરફ આગળ વધારવામાં નોંધપાત્ર યોગદાન આપ્યું છે. સ્વામી વિવેકાનંદ યુવાનોના પ્રેરણાસ્રોત છે.

# સ્વીકૃતિઓ

મિત્રો આ પુસ્તક માં સ્વામી વિવેકાનંદ ના વિચારો ની વાત કરી છે. સ્વામી વિવેકાનંદના વિચારો દેશ માટે મહત્વપૂર્ણ છે કારણ કે તેમણે દેશ અને સમાજને નવી અને વિકાસશીલ દિશા તરફ આગળ વધારવામાં નોંધપાત્ર યોગદાન આપ્યું છે. સ્વામી વિવેકાનંદ યુવાનોના પ્રેરણાસ્ત્રોત છે. આ માટે મેં તેમના વિવિધ અખબારી અહેવાલો, લેખ વિવિધ સ્વામી વિવેકાનંદ ને લગતી વેબસાઈટ, બ્લોગ અને પુસ્તક નો સહારો લીધો છે તે સૌનો હું આભારી છું.

# અનુક્રમણિકા

# 1
# સ્વામી વિવેકાનંદ ના વિચારો

ભારત દેશ યુવાનો નો દેશ છે .સ્વામી વિવેકાનંદ યુગપુરુષ ના કેટલાક ક્રાંતિકારી વિચારો અને તેમાં રહેલું વ્યાપક આંતર દર્શન.મંદિરો કે દેવળો, પુસ્તકો અથવા મૂર્તિઓ ધર્મનાં માત્ર બાલમંદિરો છે;

આધ્યાત્મિકતામાં પ્રવેશવા માગતા બાળ-સાધકને ઉચ્ચ પગલાં ભરવામાં તે શક્તિમાન બનાવે છે; અને સાધકને જો ધર્મની જરુર હોય તો આ પ્રથમ પગલાંઓ આવશ્યક છે. તમન્ના અને ઈશ્વરને મેળવવાની તાલાવેલી સાથે જ ખરી ભક્તિ આવે છે.

માણસ તમને ઘણો વિદ્વાન લાગે કે સાવ અજ્ઞાની લાગે, પણ તેનામાં વિશ્વાસ રાખો; માણસ તમને દેવ જેવો દેખાય કે દાનવની મૂર્તિ જ દેખાય પણ તેનામાં વિશ્વાસ રાખો.

પ્રથમ માણસમાં શ્રદ્ધા રાખો પછી જો તેનામાં ખામીઓ જણાય, જો તે ભૂલો કરે, જો તે પ્રાકૃતમાં પ્રાકૃત અને હલકામાં હલકા સિદ્ધાંતોમાં માને તોપણ એમ માનજો કે એ બધાં તેના સાચા સ્વભાવનાં લક્ષણો નથી, પણ તેની સમક્ષ ઊંચા આદર્શોના અભાવનું એ પરિણામ છે.જગતમાં બધે પ્રકાશ ફેલાવો.

પ્રકાશ, બસ પ્રકાશ લાવો ! સૌ કોઈને પ્રકાશ મળે એમ કરો. જ્યાં સુધી સૌ કોઈ પરમાત્મા પાસે પહોંચ્યું નથી, ત્યાં સુધી આ કાર્ય પૂરું નહીં થાય. ગરીબોને પ્રકાશ આપો;

પણ પૈસાદારોને વધુ પ્રકાશ આપો કારણ કે તેમને ગરીબો કરતાં એની વિશેષ જરૂર છે. અશિક્ષિતોને પ્રકાશ આપો; પણ સુશિક્ષિતોને વધુ પ્રકાશ આપો, કારણ કે આપણા જમાનાના શિક્ષણની અહંતા જબરજસ્ત છે .મહાન સિદ્ધિઓ

માટે ત્રણ વસ્તુઓની આવશ્યકતા હોય છે. પ્રથમ હૃદયપૂર્વકની લાગણી.

બીજું, લોકોનાં દુઃખ દૂર કરવા માટે મીઠાશભર્યા વચનો અને ત્રીજું, પર્વતસમાન મુશ્કેલીઓને પાર કરવાની ઈચ્છાશક્તિ. જો તમારામાં આ ત્રણ બાબતો હશે તો તમે ચમત્કારો બતાવી શકવાના. તમારે છાપાઓમાં લેખો છપાવવાની જરૂર નહીં રહે; તમારે ભાષણખોરીનીયે જરૂર નહીં પડે. તમારો ચહેરો જ દીપી ઊઠશે.

તમે ગુફામાં રહેતા હશો તોપણ એ પથ્થરની દીવાલો સોંસરા તમારા વિચારો નીકળશે. અને સેંકડો વર્ષો સુધી ગુંજતા ગુંજતા જગતભરમાં ઘૂમ્યા કરશે,

અને અંતે એ કોઈ એકના મગજમાં ચોંટી જઈને કદાચ ત્યાં કાર્યમાં પરિણમશે. વિચારની, સચ્ચાઈની અને શુદ્ધ હેતુની આવી શક્તિ છે.ઉતાવળા ન થાઓ; અન્યની નકલ કરવા દોડો નહીં.

વાંદરનકલ એ સંસ્કૃતિ નથી. હું ભલે રાજાનો પોશાક પહેરું પણ એથી કાંઈ હું રાજા થોડો થઈ જવાનો હતો ? ગધેડાને માથે સિંહનું ચામડું ઓઢાડો તોપણ એ ગધેડો સિંહ નહીં થાય. નકલથી કદી પ્રગતિ થતી નથી.

એ તો સાચેસાચ માણસમાં આવેલા ભયાનક અધઃપાતની નિશાની છે.લોકો પોતાને ઠીક લાગે તેમ ભલે ભારતના પુનરુદ્ધારની વાતો કર્યા કરે; પરંતુ જેણે આખી જિંદગી ભારતના હિત માટે કાર્ય કર્યા કર્યું છે અગર કરવાનો પ્રયત્ન કરી રહ્યો છે,

એવા એક અદના આદમી તરીકે હું તમને કહી દઉં કે તમે આધ્યાત્મિક શક્તિવાળા નહીં બનો ત્યાં સુધી ભારતનો કોઈ ઉદ્ધાર થવાનો નથી.

આવતી કાલે જ હું મરી જાઉં, તો પણ કાર્ય મરવાનું નથી. હું ખરા અંતઃકરણથી માનું છું કે હજારો એવા યુવકો નીકળી આવશે, જેઓ આ કાર્યને ઉઠાવી લેશે; અને મારી ગગનગામી આશાએ કલ્પ્યું પણ નહીં હોય તે કરતાં પણ વધુ ને વધુ આગળ ધપાવ્યે જશે. મને મારા દેશમાં, ખાસ કરીને મારા દેશના નવયુવકોમાં શ્રદ્ધા છે.

શરીરમાં પોતાને નીરોગી બનાવવાની અમુક એક શક્તિ રહેલી છે; ઘણી બાબતો – જેવી કે માનસિક અવસ્થાઓ, ઔષધિઓ, આસનો, વગેરે – તેની આ રોગનિવારક શક્તિને જગાડીને કાર્યપ્રવણ બનાવી શકે છે.

જ્યાં સુધી આપણે ભૌતિક પરિસ્થિતિઓથી હેરાન થઈએ છીએ ત્યાં સુધી ભૌતિક સાધનોની મદદ આપણને જરૂરની છે. જ્યાં સુધી આપણે જ્ઞાનતંતુઓના બંધનથી મુક્ત ન થઈ શકીએ ત્યાં સુધી આપણે ભૌતિક સાધનોની ઉપેક્ષા કરી ન શકીએ.

આપણા પૂર્વજો શાંતિથી બેસીને ઈશ્વર અને નીતિધર્મનો વિચાર કરતા; આપણને પણ તે જ પ્રમાણે તે જ ધ્યેય માટે બુદ્ધિ આપવામાં આવી છે; પૈસાના લોભની દોડધામમાં આપણે ઈશ્વર અને નીતિધર્મ બેઉને ગુમાવીએ એવો સંભવ છે.

જે કંઈ કરો તે બધું યજ્ઞરૂપે કે ઈશ્વરને સમર્પણરૂપે કરો. સંસારમાં રહો ભલે, પણ સંસારના થઈને ન રહો.

કમળના પાંદડાની જેમ રહો. કમળનું મૂળ કીચડમાં છે, પણ તે સર્વદા અલિપ્ત રહે છે. લોકો તમને ગમે તે કરે છતાં તમારો પ્રેમ સૌને આપો. અંધ મનુષ્ય રંગ નથી જોઈ શકતો,

તે જ પ્રમાણે અનિષ્ટ આપણામાં ન હોય તો આપણે તે કેવી રીતે જોઈ શકીએ આપણે આ દુનિયામાં આવ્યા તે પહેલાં તેની બહાર નીકળી જવાનાં સાધનો પણ ઈશ્વરે આપ્યાં છે; તેથી આપણે તો માત્ર આ સાધનો શોધી કાઢવાનું જ કામ કરવાનું છે. રીત અંગે ઝઘડો ન રાખો.

માત્ર સાક્ષાત્કાર કરવા તરફ નજર રાખો અને તમને અનુકૂળ લાગે તેવી ઉત્તમ રીત પસંદ કરો. તમે કેરી ખાવા માંડો. ટોપલા માટે બીજાઓને ઝઘડવા દો. કોઈને પણ અંગત રીતે ચાહવું એ બંધન છે. સૌને એકસરખી રીતે ચાહો, એટલે બધી ઈચ્છાઓ ટળી જશે.

ચાર મુસાફરો એ ઊંચી દીવાલ પાસે આવ્યા. પહેલો મુશ્કેલીથી તેની ઉપર ચડી ગયો અને પાછું જોયા વિના બીજી બાજુએ કૂદી પડ્યો. બીજો માંડ માંડ દીવાલ ઉપર ચડી ગયો.

આજુબાજુ જોયું અને પછી આનંદની બૂમ મારીને દીવાલ પાછળ અદૃશ્ય થયો. ત્રીજો પણ ઉપર ચડ્યો; પોતાના આગલા સાથીદારો ક્યાં ગયા તે જોયું અને આનંદથી ખડખડાટ હસ્યો તથા તેમની પાછળ ગયો. પણ ચોથો પોતાના સાથીદારોનું શું થયું તે કહેવા માટે પાછો આવ્યો.

માયાની દીવાલ ઓળંગીને પેલે પાર ગયેલા મહાનુભાવો પાસેથી આવતું હાસ્ય એ માયાની દીવાલને પેલે પાર કંઈક છે તેની આપણને મળતી નિશાની છે. અપવિત્ર કલ્પના અપવિત્ર કર્મ જેટલી જ ખરાબ છે.

સંયમમાં રાખેલી ઈચ્છા સર્વોચ્ચ પરિણામે લઈ જાય છે. ઈન્દ્રિયભોગની શક્તિને આધ્યાત્મિક શક્તિમાં ફેરવી નાખો, પણ તેને પાંગળી ન બનાવો; કારણ કે તેનો અર્થ તો શક્તિને વેડફી નાખવાનો છે. આ શક્તિ જેટલી વધારે તેટલું તેનાથી વિશેષ કામ થાય.

પાણીનો જોરદાર પ્રવાહ જળશક્તિ દ્વારા કરવાના ખોદકામ માટેની પ્રચંડ કાર્યશક્તિ પ્રગટ કરી શકે. દેશ, કાળ અને નિમિત્ત એ બધાં ભ્રમ છે. તમે બદ્ધ છો

અને મુક્ત થશો તેમ માનો છો, તે તમારો રોગ છે.

તમે અવિકારી આત્મા છો.. આવો આવા મહાન સપુત ને વંદન કરીએ અને તેના પથ ઉપર ભારત માતા નું નામ રોશન કરીએસ્વામી વિવેકાનંદ પોતે જ યુવાન હતા. તેમનું સમગ્ર જીવન અને સંદેશ યૌવનનો આદર્શ હતો.

તેમણે ભારતીય સંસ્કૃતિમાં યુવાવસ્થાના આદર્શને આપણી સમક્ષ રજૂ કર્યો.( સંદર્ભ: વ્યાપક દર્શન – સ્વામી વિવેકાનંદ)

ફક્ત 39 વર્ષ, 5 માસ અને 22 દિવસના ટૂંકા આયુષ્યમાં એવું પરાક્રમ કર્યું હતું કે, જેથી સમગ્ર વિશ્વ અચંબામાં પડી ગયું. પોતાનું જીવન, પ્રેરણા, વિચાર, સાહિત્ય તેમ જ કાર્યોથી સ્વામીજીએ યુવાનોને પ્રેરિત કર્યા.

12મી જાન્યુઆરી, 1863માં જન્મેલા સ્વામી વિવેકાનંદનો જન્મદિન એટલે જ યુવાદિન નિમિત્તે ઊજવાય છે. સ્વામી વિવેકાનંદ માત્ર સાર્થક બને છે. શિકાગોની ધર્મ પરિષદમાં તેમણે કરેલું ભાષણ આજેય શિખરે છે.

22મી ઓક્ટોબર, 1873ના રોજ પંજાબના ગુજરાંવાલાર જલ્લાના એક નાનકડા ગામમાં જન્મેલો તીર્થરામ પણ 33 વર્ષની ઉંમરે 17 ઓક્ટોબર, 1906 દુનિયા છોડી દે છે,

પણ એ યુવાન એટલી નાની ઉંમરમાં સ્વામી રામતીર્થ બની ચૂક્યા હોય છે. દેશના યુવાનોને જગાડવાનુ અને ઈશ્વરીય કાર્ય માટે હિમાલયમાં જીવન ગાળી દે છે. અને અંતે સ્વામીજીનો એ જ સંદેશ જે આજેય સપનાં સાકાર કરી શકે છે

સ્વામીજીના જીવને અનેક મહાપુરુષોના જીવનને પ્રભાવિત કર્યું છે. આજે પણ એમનું સાહિત્ય કોઈ અગ્નિમંત્રની જેમ વાંચનારના મનમાં ભાવ પેદા કરે છે. યુવા ઉંમરે આકાશ આંબવાનાં સપનાં સાકાર કરવા માટે આ સંદેશ પથદર્શક બનશે.

સ્વામી વિવેકાનંદના મતે વ્યક્તિનો ખરેખર જન્મ લક્ષની સાથે જ થાય છે. તેઓ કહેતા હતા કે, જેના જીવનમાં લક્ષ નથી એ તો રમતી ગાતી, હસતી બોલતી લાશ જ છે.

જ્યારે વ્યક્તિ પોતાના જીવનના વિશિષ્ટ લક્ષને ઓળખી શકતી નથી ત્યાં સુધી તો એનું જીવન વ્યર્થ જ છે. યુવાનોએ પોતાના જીવનમાં શું કરવું છે એનો નિર્ણય કરવો જોઈએ.

જીવનમાં જે નક્કી કર્યું છે તે કરવા માટે સૌથી વધુ જરૂર છે પોતાનો આત્મવિશ્વાસ. સ્વામી વિવેકાનંદ ઈશ્વરમાં વિશ્વાસ કરવા કરતાં પોતાનામાં વિશ્વાસ વ્યક્ત કરવાનું જણાવે છે.

શું આપણી ભીતર આ આત્મવિશ્વાસ પેદા થાય છે કે આપણે પણ આવું કંઈક કરી શકીએ ? સ્વામીજી આપણને એ પ્રેરણા પૂરી પાડે છે કે જીવનમાં આપણી

આજુબાજુ બનવાવાળી નાની-મોટી, સકારાત્મક-નકારાત્મક બધી જ ઘટનાઓ આપણને આપણી અમર્યાદ શક્તિને પ્રકટ કરવાની તક પૂરી પાડે છે.

કોઈ પણ કાર્યમાં સફળતા મેળવવા માટે સમર્પણ અનિવાર્ય છે. આપણે કોઈ પણ કાર્યની શરૂઆત કરવામાં તો ખૂબ મોટી મહાનતાનો પરિચય આપીએ છીએ,

પરંતુ થોડા સમયમાં સ્વાભાવિક રીતે જ તેનાથી વિમુખ થઈ જઈએ છીએ. આજના સ્પર્ધાત્મક યુગમાં આવા આરંભશૂરાઓનું કામ નથી. સંપૂર્ણ સમર્પિત ભાવથી હાથ પરલી ઘેલા કાર્યને પૂર્ણ કરવાની ધગશથી જ યુવાનોને સફળતા મળી શકે છે.

વર્તમાન યુગ સંગઠનનો યુગ છે. કોઈ પણ ક્ષેત્રમાં, પછી તે વ્યાવસાચિક ક્ષેત્ર હોય કે વિજ્ઞાનનું, આજે ટીમ દ્વારા કાર્ય થાય છે. વ્યક્તિગત સિદ્ધિઓના સ્થાને સમૂહ દ્વારા આજે કાર્યો પૂરાં થાય છે.

પછી તે વહીવટનું ક્ષેત્ર હોય કે સોફ્ટવેરનું, એને જ મહત્ત્વ મળે છે, જે ટીમ સ્પિરિટથી કામ કરવામાં સક્ષમ હોય. વિશ્વના તમામ માનવસંસાધન તજ્જ્ઞો આજે એ જ ગુણને મહત્ત્વ આપે છે.

સ્વામી વિવેકાનંદના વિચારો દેશ માટે મહત્વપૂર્ણ છે કારણ કે તેમણે દેશ અને સમાજને નવી અને વિકાસશીલ દિશા તરફ આગળ વધારવામાં નોંધપાત્ર યોગદાન આપ્યું છે.

સ્વામી વિવેકાનંદ યુવાનોના પ્રેરણાસ્ત્રોત હતા અને તેથી તેમની જન્મજયંતિ પણ દેશમાં રાષ્ટ્રીય યુવા દિવસ તરીકે ઉજવવામાં આવે છે.

હિન્દુ ધર્મ અને આધ્યાત્મિકતાના આધુનિક અને પ્રેરણાદાયી અર્થઘટનમાં સ્વામી વિવેકાનંદનું મહત્વનું યોગદાન છે. તેનો જન્મ 1863 માં કોલકાતામાં થયો હતો. તેમનું નામ નરેન્દ્રનાથ દત્ત રાખવામાં આવ્યું હતું.

તેમના પિતા વિશ્વનાથ દત્ત કોલકાતા હાઈકોર્ટમાં જાણીતા વકીલ હતા અને માતાનું નામ ભુવનેશ્વરી દેવી હતું. વિવેકાનંદ ધર્મ અને તેના આધુનિક સ્વરૂપને જાણવા ખૂબ ઉત્સુક હતા અને આ આતુરતા તેમની માતા ભુવનેશ્વરી દેવીએ પૂરી કરી

25 વર્ષની વયે, વિવેકાનંદ ઘર છોડીને સન્યાસ તરફ વળ્યાં અને ધર્મની શોધ શરૂ કરી. તેને આધ્યાત્મિકતામાં ઊંડો રસ હતો અને તેની જિજ્ઞાસા શાંત કરવા માટે આધ્યાત્મિક સભાઓમાં ભાગ લેતા.

સ્વામી વિવેકાનંદના વિચારો ખૂબ પ્રેરણાદાયક છે. તે અપનાવીને, તમે ફક્ત તમારા પોતાના જ નહીં પરંતુ તમારા સમાજનો પણ ઉત્તમ રીતે વિકાસ કરી શકો છો. આ વિચારો સૌથી વધારે યુવાઓને પ્રેરણા આપે છે. ચાલો જાણીએ

તેમના કેટલાક વિચારો..

જ્યાં સુધી તમે તમારા પોતાના પર વિશ્વાસ નહીં કરો ત્યાં સુધી તમે ભગવાનમાં વિશ્વાસ કરી શકતા નથી.

જે લોકો નસીબ પર વિશ્વાસ રાખે છે તે કાયર છે, જે પોતાનું નસીબ બનાવે છે તે મજબૂત છે.

તમારા ઇરાદા મજબૂત રાખો. લોકોને જે કહે છે તેઓને કહેવા દો. એક દિવસ તેજ લોકો તમા

તમારા ઇરાદા મજબૂત રાખો. લોકોને જે કહે છે તેઓને કહેવા દો. એક દિવસ તેજ લોકો તમારી પ્રશંસા કરશે. હજારો ઠોકર ખાવા પછી જ એક સારા ચરિત્ર નું નિર્માણ થાય છે.

જ્યારે તમે વ્યસ્ત હોવ ત્યારે બધું જ સરળ લાગે છે પણ બેકાર માણસોને કઈ પણ સરળ લાગતું નથી.

તમારે અંદરની શક્તિથી બહારનો વિકાસ કરવો પડશે. તમને કોઈ ભણાવી શકશે નહીં, કોઈ તમને આધ્યાત્મિક બનાવી શકશે નહીં, તમારા આત્મા સિવાય બીજો કોઈ તમારો ગુરુ નથી.

ઉઠો, જાગો અને દયેય પ્રાપ્તિ સુધી મંડ્યા રહો.

જો શક્તિ જીવન છે, તો નબળાઇ એ મૃત્યુ છે. વિસ્તરણ જીવન છે, તો પછી સંકોચન એ મૃત્યુ છે. જો પ્રેમ જીવન છે તો દ્વેષ મૃત્યુ છે.

જો ધન અન્યોની ભલાઇ કરવામાં મદદ કરે તો તેનું મૂલ્ય છે, નહી તો તે ફક્ત ખરાબીનો એક ઢગલો છે અને તેનાથી જેટલો જલ્દી છુટકારો મળે તેટલું સારુ છે.

તે ભ્રમને દૂર કરી દો કે તમે નિર્બળ છો, તમે એક અમર આત્મા છો, સ્વચ્છંદ જીવ છો. ધન્ય છો, સનાતન છો, તમે તત્વ નથી, ન તો શરીર છો, તત્વ તમારો સેવક છે તમે તત્વના સેવક નથી.

બ્રમ્હાંડની તમામ શક્તિઓ પહેલાથી જ આપણી છે. તે આપણે જ છીએ જે આપણી આંખો પર હાથ રાખીને રડીએ છીએ કે કેટલો અંધકરા છે.

જે રીતે વિભિન્ન સ્રોતો દ્વારા ઉત્પન્ન થતી ધારાઓ પોતાનું જળ સમુદ્રમાં ભેળવી દે છે તેવી જ રીતે મનુષ્ય દ્વારા પસંદ કરવામાં આવેલો દરેક માર્ગ, ભલે તે સારો હોય કે ખરાબ, તે ભગવાન સુધી જાય છે.

કોઇની નિંદા ન કરો. જો તમે મદદ કરવા માટે હાથ આગળ કરો છો, તો જરૂર કરો પરંતુ જો મદદ હાથ માટે આગળ ન વધારી શકતા હોય તો પોતાના હાથ જોડો, પોતાના ભાઇઓને આશિર્વાદ આપો અને તેમને તેમના માર્ગે જવા દો.

તે વ્યક્તિએ અમરત્વ પ્રાપ્ત કરી લીધુ છે, જે કોઇ સાંસારિક વસ્તુથી વ્યાકુળ નથી થતો.

જ્યાં સુધી તમે પોતાની જાત પર વિશ્વાસ નહી રાખો ત. સુધી તમે ભગવાન પર વિશ્વાસ નહી રાખી શકો.

જે દિવસે તમારી સામે કોઇ સમસ્યા ન આવે, તો તમારે માની લેવું કે તમે કોઇ ખોટો માર્ગ પસંદ કર્યો છે.

જો પોતાની જાત પર વિશ્વાસ રાખવો તેવું વધારે વિસ્તારથી ભણાવવામાં આવ્યું હોત તો મને વિશ્વાસ છે કે ખરાબી અને દુખોનો એક મોટો હિસ્સો ગાયબ થઇ ગયો હોત.

અંદરથી બહારની તરફ વિકસિત થવાનું છે. કોઇ તમને ભણાવી નથી શકતુ, કોઇ તમને આધ્યાત્મિક બનાવી નથી શકતુ. તમારી આત્મા સિવાય અન્ય કોઇ તમારો ગુરુ નથી.

સ્વતંત્ર બનવાનું સાહસ કરો. જ્યાં સુધી તમારા વિચારો જાય છે ત્યાં સુધી જવાનું સાહસ કરો અને તેને પોતાના જીવનમાં ઉતારવાનું સાહસ કરો.

પોતાની જાતને દુર્બળ સમજવી એ સૌથી મોટુ પાપ છે.

જેટલો મોટો સંઘર્ષ હશે, જીત તેટલી જ શાનદાર હશે.

જેવો તમે વિચાર કરો છો તેવા જ તમે બની જાવ છો. જો તમે પોતાની જાતને નિર્બળ માનો છો તો નિર્બળ બની જાશો અને જો તમે પોતાને સમર્થ માનો છો સમર્થ બની જશો.

વિઝ્યુલાઈઝેશન સાથે જોડાયેલી વિવેકાનંદની આ વાત દરેકને સફળતા મેળવવામાં ખૂબ મદદ કરી શકે છે. કંઈ બનતા પહેલા તમારે તે અંગે વિઝ્યુલાઈઝેશન કરવું ખૂબ જ જરૂરી છે.

બ્રહ્માંડની બધી શક્તિઓ આપણી અંદર છે. આપણે આંખ ઉપર હાથ મૂકી દઈએ છીએ અને પછી રડીએ છીએ કે અંધારું છે. વ્યક્તિ પોતાની બધી શક્તિઓ તેના લક્ષ્ય તરફ કેન્દ્રિત કરે તો સફળતા અચૂક મળે છે.

એક વાર કોઇ વ્યક્તિએ વિવેકાનંદને પૂછ્યું કે બધુ ગુમાવી દેવા કરતાં પણ વધારે ખરાબ શું છે? ત્યારે વિવેકાનંદે કહ્યું હતું કે આશા ક્યારેય ગુમાવી દેવી ન જોઇએ કારણ કે તેના આધારે જ વ્યક્તિ ફરી બધુ મેળવી શકે છે.

એક વિચાર લો એ વિચારને તમારું લક્ષ્ય બનાવી લો. તેના વિશે વિચારો. તેના સપના જુઓ, તેને મન, નસો અને શરીરના દરેક ભાગને તે વિચારમાં ડૂબાડી દો, બીજા વિચારોને બાજુમાં મૂકી દો. સફળ થવાનો આ રસ્તો છે.

દિવસમાં એકવાર પોતાની જાત સાથે અચૂક વાત કરો. કારણ કે તમે જ તમારા ભાગ્યનું નિર્માણ કરવાના છો.

જીવનમાં શું શું સંભવ છે, તેને જાણવા માટે જે અસંભવ છે તેની સરહદોને ઓળંગી જાઓ.

જે અગ્નિ આપણને ગરમી આપે છે તે અગ્નિ આપણો વિનાશ પણ કરી શકે છે. તેમા અગ્નિનો દોષ નથી. અહીં સ્વામીજી એ કહેવા માંગે છે તમે તમારી શક્તિ અને આવડતથી સફળતાની ટોચ પર પહોંચી શકો છો.

પરંતુ તમે તમારી શક્તિ અને આવડતનો ખોટી જગ્યાએ ઉપયોગ કરો તો તે તમારો વિનાશ પણ કરી શકે છે.

આપણે જે વાવીએ છીએ તે જ લણીએ છીએ. આપણે જ આપણા ભાગ્યના વિધાતા છીએ. જે જહાજનો સઢ ખુલ્લો હશે હશે તે જહાજ જ સમુદ્રમાં આગળ વધશે અને જે જહાજનો સઢ બાંધેલો હશે તે જહાજ કિનારે જ રહેશે, તેમાં હવાનો કોઈ વાંક નથી.

તેમના શિક્ષણના દર્શન મુજબ. શિક્ષણ એ એક સતત પ્રક્રિયા છે અને તેમાં જીવનના પાસાંઓ શામેલ હોવા જોઈએઃ શારીરિક, માનસિક, ભાવનાત્મક, બૌદ્ધિક, નૈતિક અને આધ્યાત્મિક. તેમનું શૈક્ષણિક દર્શન વેદાંત અને ઉપનિષદ પર આધારિત છે.

તેઓ પુસ્તક શિક્ષણની વિરુદ્ધ હતા અને માનતા હતા કે શિક્ષણ પુસ્તક અધ્યયનથી શીખવાનું નથી. શિક્ષણ એ જીવન નિર્માણની પ્રક્રિયા છે, માનવ નિર્માણની પ્રક્રિયા છે, વિચારોનું જોડાણ છે અને પાત્ર નિર્માણ છે.

શિક્ષણ એ આત્મ સાક્ષાત્કાર છે, દરેક બાળક કુદરતી રીતે વૃદ્ધિ પામે છે અને માણસે પોતાને શીખવવું જ જોઇએ અને શિક્ષકની ફરજ તેના માર્ગમાં આવતી અવરોધોને દૂર કરવી અને સફળતા અને તકો તરફ માર્ગદર્શન આપવી જોઈએ.

તે બધા ભારતીયો માટે શિક્ષણ માંગે છે. શિક્ષણ, બાળકની જરૂરિયાત, રસ અને માંગ પ્રમાણે થવું જોઈએ.

તેઓ સ્વામી દયાનંદ જેવી મહિલાઓ માટે શિક્ષણના પક્ષમાં હતા અને માત્ર મહિલાઓને સન્માન આપીને જીવનધોરણમાં સુધારો થઈ શક્યો નહીં. તેથી, દેશની પ્રગતિ માટે મહિલાઓને શિક્ષિત કરવું જોઈએ.

તેમનું માનવું હતું કે શિક્ષણ રાષ્ટ્રીય જરૂરિયાતો, સમસ્યાઓ, આકાંક્ષાઓ અને દેશના વિકાસમાં સામાન્ય ભૂમિકા માટે હોવું જોઈએ. નૈતિક, આધ્યાત્મિક અને ચરિત્ર વિકાસ.

આત્મનિર્ભરતા માટે શિક્ષણ - શારીરિક વિકાસ માટે શિક્ષણ - સાર્વત્રિક ભાઈચારો માટે જીવનની વ્યવહારુ બાજુ (બ્રેડ અને માખણ હેતુ) - ધાર્મિક વિકાસ માટે શિક્ષણ - વ્યવસાય હેતુહોવું જોઈએ

તેમણે ધાર્મિક, આધ્યાત્મિક, વેદાંતના અભ્યાસ પર ધ્યાન કેન્દ્રિત કર્યું અને વિજ્ઞાનિક જ્ઞાન પર પણ ભાર મૂક્યો.

તે સામાન્ય ભાષાના ઉપયોગ પર ભાર મૂકે છે.વૈચારિક ભાષા (માતૃભાષા), સંસ્કૃત, કોઈપણ કડી ભાષા, ઇતિહાસ, ભૂગોળ, અર્થશાસ્ત્ર વગેરે. તેમણે ઇતિહાસ, ભૂગોળ, અર્થશાસ્ત્ર, ગણિત, ગૃહ વિજ્ઞાન , મનોવિજ્ઞાન અને કૃષિ જેવા વિષયોના અભ્યાસ ની ભલામણ પણ કરી.

એકાગ્રતા પોતાનો અભ્યાસ દક્ષિણ પદ્ધતિ-શિક્ષકે મિત્ર, તત્વજ્ઞાની અને માર્ગદર્શકની જેમ કાર્ય કરવું જોઈએ.- શિક્ષકો તેમના વ્યવસાય માટે સમર્પિત હોવા જોઈએ.- શિક્ષકોએ વિદ્યાર્થીઓના સ્તર પ્રમાણે નીચે આવવું જોઈએ.

સ્વામી વિવેકાનંદની વાત થાય ત્યારે તેમણે અમેરિકાના શિકાગોની ધર્મ સંસદમાં 1893માં 11મી સપ્ટેમ્બરે આપેલાં પ્રવચનની ચર્ચા જરૂર થાય છે.

અમેરિકન ભાઈઓ અને બહેનો, તમે જે સ્નેહ સાથે મારું સ્વાગત કર્યું છે તેનાથી હું ગદગદ થઈ ગયો છું.

હું દુનિયાની સૌથી જૂની સંત પરંપરા અને તમામ ધર્મોની જનેતા તરફથી આપને ધન્યવાદ આપું છું.

તમામ જ્ઞાતિઓ અને સંપ્રદાયોના લાખો-કરોડો હિંદુઓ તરફથી આપનો આભાર માનું છું.

વિશ્વમાં સહિષ્ણુતાનો વિચાર પૂર્વના દેશોમાંથી ફેલાયો હોવાનું આ મંચ પર અગાઉના જે વક્તાઓએ જાહેર કર્યું હતું તેમનો પણ આભાર માનું છું.

મને એ વાતનો ગર્વ છે કે હું એ ધર્મને અનુસરું છું, જેણે વિશ્વને સહિષ્ણુતા અને સાર્વભૌમિક સ્વીકૃતિનું જ્ઞાન આપ્યું છે.

અમે માત્ર સાર્વભૌમિક સહિષ્ણુતામાં જ વિશ્વાસ નથી રાખતા, અમે તમામ ધર્મોનો સત્યના સ્વરૂપમાં સ્વીકાર કરીએ છીએ.

મને ગર્વ છે કે હું એ દેશમાંથી આવું છું, જે દેશે તમામ ધર્મી અને દેશો દ્વારા હેરાન કરવામાં આવેલા લોકોને શરણ આપ્યું છે.

મને ગર્વ છે કે અમે અમારાં હૃદયમાં ઈઝરાયલની એ પવિત્ર સ્મૃતિને જાળવી રાખી છે, જેમાં તેમનાં ધર્મસ્થળોને રોમન હુમલાખોરોએ લગભગ નષ્ટ કરી નાખ્યાં હતાં. પછી તેમણે દક્ષિણ ભારતમાં આશ્રય લીધો હતો.

કૃષ્ણમ્માલ જગન્નાથન : એ મહિલા જેમણે સેંકડો દલિતોને જમીન અપાવી

મને ગર્વ છે કે હું એક એવા ધર્મને અનુસરું છું, જેણે પારસી ધર્મના લોકોને આશ્રય આપ્યો છે અને તેની સતત મદદ કરી રહ્યો છે.

હું આ પ્રસંગે એક શ્લોક સંભળાવવા ઇચ્છું છું. આ શ્લોકનું પઠન હું બાળપણથી કરતો રહ્યો છું અને રોજ કરોડો લોકો તેનું પઠન કરે છે. એ શ્લોક આ

મુજબ છે:

"જે રીતે અલગ-અલગ સ્થળોએથી નિકળેલી નદીઓ અલગ-અલગ માગૉથી આગળ વધીને આખરે સમુદ્રમાં ભળી જાય છે તેવી જ રીતે મનુષ્ય પોતાની ઇચ્છાથી અલગ-અલગ માર્ગ પસંદ કરે છે"

"એ માગૉ ભલે અલગ-અલગ દેખાય, પણ બધા રસ્તા આખરે તો ઈશ્વર ભણી જ જાય છે."

આજનું સંમેલન અત્યાર સુધીની સૌથી પવિત્ર સભાઓ પૈકીનું એક છે. આ સંમેલન ગીતામાં આપવામાં આવેલા એક ઉપદેશ મુજબનું છે. ગીતામાં એવો ઉપદેશ આપવામાં આવ્યો છે કે,

"જે વ્યક્તિ મારા સુધી આવે છે, એ ભલે ગમે તેવી હોય, પણ હું તેમના સુધી પહોંચું છું." "લોકો અલગ-અલગ માગૉ પસંદ કરે છે, મુશ્કેલીઓનો સામનો કરે છે, પણ આખરે મારા સુધી પહોંચે છે."

સાંપ્રદાયિકતા, કટ્ટરતા અને તેના ભયાનક વંશજોની ધાર્મિક હઠે આ સુંદર ધરતીને લાંબા સમયથી જકડી રાખી છે. તેમણે આ વિશ્વમાં પારાવાર હિંસા ફેલાવી છે અને અનેક વખત આ ધરતી લોહીથી લાલ થઈ ચૂકી છે. તેમાં સંખ્યાબંધ સંસ્કૃતિઓ તથા દેશોનો નાશ થયો છે.

આ ખૌફનાક રાક્ષસો ન હોત તો માનવસમાજ અત્યાર કરતાં અનેકગણો બહેતર હોત, પણ એ રાક્ષસોનો સમય પુરો થઈ ગયો છે. મને આશા છે કે આ સંમેલનનું બ્યુગલ તમામ પ્રકારની કટ્ટરતા, હઠધર્મિતા અને દુઃખોનો વિનાશ કરશે. એ વિનાશ ભલે તલવાર વડે થાય કે કલમ વડે.

જ્યારે કોઈ વિચાર સખ્તપણે આપણા મગજમાં કબજો કરે છે, ત્યારે તે વિચાર વાસ્તવિક, શારીરિક અથવા માનસિક સ્થિતિમાં બદલાવ લાવે છે.

એવું ક્યારેય ના વિચારશો કે આત્મા માટે કંઈપણ અશક્ય છે. આવું વિચારવું એ એક મહાન કપટ છે. જો પાપ છે, તો તે એકજ પાપ છે કે, એમ સમજવું કે તમે નબળા છો, અથવા બીજું અન્ય નબળું છે.

આપને જેટલું બીજા નું સારું કરવા માટે બહાર નીકળીશું, એટલું જ આપણું હૃદય શુદ્ધ રહેશે અને ભગવાન તેમાં વાસ કરશે.

દરેક સારી ચીજોની પહેલા મજાક ઉડાવવામાં આવે છે, પછી તેનો વિરોધ કરવામાં આવે છે અને પછી તે સ્વીકારવામાં આવે છે.

દરેક ક્ષેત્રમાં યુવાનોની સક્રિયતા વધી છે. યુવાનો પરિવર્તનના વાહક બન્યા છે. ચાહે રાજકારણ હોય, બિઝનેસ હોય કે ફિલ્મ, દરેક ક્ષેત્રમાં યુવાનોએ પ્રવેશ કર્યો અને ક્રાંતિ કરી છે.

સ્વામી વિવેકાનંદે 100 કરતાં પણ વધારે વર્ષો પહેલાં મદ્રાસના યુવાનો સમક્ષ કરેલા એક ભાષણમાં કહ્યું હતું કે, મારો વિશ્વાસ યુવાશક્તિ પર છે. એમાંથી જ મારા કાર્યકર્તાઓ પેદા થશે, જે તેમનાં પરાક્મોથી વિશ્વને બદલી નાખશે.

સ્વામી વિવેકાનંદે એમ પણ કહ્યું હતું, મને 100 ચારિત્ર્યવાન, દઢ મનોબળવાળા યુવાનો આપો, હું સમગ્ર રાષ્ટ્રની કાયાપલટ કરી બતાવીશ.

આજે સ્વામીજીનો એ વિશ્વાસ સાચો ઠરી રહ્યો છે. યુવાનોએ ખરેખર પોતાનાં પરાક્મોથી વિશ્વને બદલી નાખ્યું છે. ભારતમાં દર વર્ષે 12 જાન્યુઆરીના રોજ રાષ્ટ્રીય યુવા દિવસ ઉજવવામાં આવે છે.

1984માં ભારત સરકારે સ્વામી વિવેકાનંદ જયંતી પર રાષ્ટ્રીય યુવા દિવસ ઉજવવાની ઘોષણા કરી હતી.

વિવેકાનંદે 25 વર્ષની ઉંમરમાં જ પોતાનું ઘરઅને પરિવાર છોડી દીધું હતું અને સન્યાસ લઇ લીધો હતો. ધાર્મિક વિચારાસરણી ધરાવતા વિવેકાનંદની દિનચર્યામાં પૂજા પાઠ પણ સામેલ હતાં.

તેમણે દેશભરમાં રામકૃષ્ણ મઠની સ્થાપના કરી હતી. તેઓ એક એવા સમાજની કલ્પના કરતાં હતાં જેમાં ધર્મ અથવા જાતિના આધારે મનુષ્યોમાં કોઇ મતભેદ ન રહે.

વિવેકાનંદના વ્યાખ્યાન દુનિયાભરમાં પ્રસિદ્ધ છે. વિવેકાનંદના વિચારો પર દુનિયાએ અમલ કર્યો અને જીવનની મોટામાં મોટી સમસ્યાઓને દૂર કરી.

જો વર્તમાન સમયમાં ભારતનાં યુવાનો, સ્વામીજીના બતાવેલા આ યુવાયંત્રો, લક્ષ-નિર્ધાર, આત્મવિશ્વાસ, સમર્પણ અને સંગઠનને પોતાના જીવનમાં ઉતારે તો, ભારતને વિશ્વમાં અગ્રણી બનવામાં વાર લાગશે નહિ.

સ્વામી વિવેકાનંદના વિચારો ને આધારે આપણા માટે અવસર છે કે આપણે આપણા જીવનને સાર્થક બનાવીએ અને સમગ્ર વિશ્વને યુવાશક્તિથી સમૃદ્ધ કરીએ.

સંદર્ભ: વ્યાપક દર્શન – સ્વામી વિવેકાનંદ